Viet Nam Remembered

Nhớ Việt Nam

Вьетнамские Воспоминания

Snapshots from a Soldier ★ Ảnh Chụp Nhanh từ Một Lính ★ Снимки Солдата

John Hudanish ✱ Иван И. Худанич

Resil Enterprises, Inc.
Brooklyn, NY

Copies of
VIET NAM REMEMBERED
are available at
www.vietnamremembered.us

VIET NAM REMEMBERED

John Hudanish

Publisher Anna Goldberg
RESIL ENTERPRISE INC.
8623 19th Avenue, Suite #1
Brooklyn, NY 11214
Tel: (347) 623-6631
E-mail: vzel@aol.com

Arranger and Editor
John Hudanish, Anna Goldberg
Design and layout
John Hudanish, Viktoriya Zeltsman
Proofreading
Viktoriya Zeltsman
Cover
John Hudanish

Library of Congress Control Number: 2015938120

ISBN: 978-0-9882381-7-6

Printed in the United States of America

ВОСПОМИНАНИЯ ВЬЕТНАМСКИЕ

ИВАН ХУДАНИЧ

Издатель: Анна Гольдберг
RESIL ENTERPRISE INC.
8623 19th Avenue, Suite #1
Brooklyn, NY 11214
Tel: (347) 623-6631
E-mail: vzel@aol.com

Составитель и литературный редактор:
Иван Худанич, Анна Гольдберг
Дизайн и компьютерная верстка:
Иван Худанич, Виктория Зельцман
Корректура: Виктория Зельцман
Обложка: Иван Худанич

Library of Congress Control Number: 2015938120

ISBN: 978-0-9882381-7-6

Printed in the United States of America

This book is dedicated to

NGUYEN NGOC THANH,

who once long ago welcomed a stranger in a strange land, and to

RUTHANNE JONES,

whose skillful restoration of my crumbling 35mm negatives made it possible for you to see South Viet Nam as I saw it.

Sách này là dành riêng cho ông

NGUYỄN NGỌC THANH,

ai lãu rồi cháo đón một người lạ đến một vúng đất lạ , và đặc biệt cám ơn đến bà

RUTHANNE JONES,

aí khéo léo đã sửa chữa phim 35 mm hư hỏng của tôi, để cho bạn xem nam Việt Nam thậm chí như tôi đã thấy nó.

Эта книга посвящёна

НГУЕН НГОК ТХАНЬ,

который давным давно приветствовал пришельца в чужой земле, и

РУТАННЕ ДЖОУНЗ,

чьё умелое восстановление моих старых 35мм негативов даёт вам увидеть южный Вьетнам, как увидел его я.

FOREWORD

I was born into a world teetering on the brink of a great, international struggle that would soon destroy the lives of millions of people and ultimately decide the fate of virtually all the survivors and their children and grandchildren.

The smoke cleared from the battlefields of World War II to reveal two colossal superpowers confronting each other over the shards of broken nations and huddled masses of displaced people looking for a chance to start a new life. But the ideological struggle between the colossi that followed commanded the attention and absorbed the energy of the main protagonists and their allies over the next 35 years. We call it the "cold war," but there were instances when the struggle actually heated up into armed conflict. The Vietnam War was the longest and most costly of those conflicts.

Military service was compulsory in the United States in those days. All able-bodied men were required to serve two years on active duty in the Army, Navy, Marine Corps, Air Force or Coast Guard. However, if someone enlisted voluntarily, he would serve three or four years, but had the right to choose the school in which he could learn a certain skill that interested him, or the location to which he would be assigned.

Early in 1963 I passed the pre-induction physical exam for military service. After reviewing my options, I joined the Army for a four-year enlistment with the promise that, after basic training at Fort Dix, New Jersey, the Army would send me to the Presidio of Monterey in California to study Russian for one year at the Defense Language Institute, West Coast, and then, after assessing my fluency with the Russian language, assign me to a post where my skills could best be utilized.

But the Army has a way of training you to serve in one specialty and then actually assigning you to serve in another. In my case, an emergency requisition from the Pentagon in September, 1965, directed all commands to send anyone in uniform that could breathe to Southeast Asia as soon as possible. I already had orders to go to Stuttgart, where a lively career matching wits with agents of SMERSH awaited me. But those orders were superseded by new ones directing me to report to the Oakland Army Terminal in preparation for transfer to serve in Vietnam.

The Army gave me a brief overview on life in South Vietnam, including a lecture or two about culture shock. Behavioral psychologists warn of the universal tendency to judge other cultures by the standards of one's own culture, and to condemn alien cultures when encountering cultural differences. They call it "ethnocentrism," and it manifests itself in destructive ways. The Army warned soldiers heading to Vietnam about ethnocentrism, and urged tolerance and forbearance in unfamiliar situations. My grandmother had never heard of ethnocentrism, but she did know something about good manners.

And so it came to pass that, on November 10, 1965, I was on board a chartered Boeing 727 on its way from Travis AFB to South Vietnam. I was 26 years old and a corporal. Upon landing at the Ton Son Nhut airbase, I was assigned to the MAC-V headquarters on Pasteur Street in Saigon.

Perhaps my childhood growing up in an ethnically diverse town in New Jersey prepared me for life in an alien culture, because I experienced cultural shock in a very positive way. If someone had said that I found my new environment interesting, it might be the understatement of the century. Unfortunately, many American soldiers gave way to ethnocentrism. They obviously didn't have grandmothers to teach them good manners, and sometimes it was painful to watch the way they treated the Vietnamese. Even today, many year later, I am embarrassed to remember how some of our soldiers behaved toward the local people.

Curiosity was my constant ally in the battle against ethnocentrism on the streets of Saigon. I was fascinated by just about anything new I encountered. My efforts to learn Vietnamese were amply rewarded in the ease with which I could communicate with people. The Vietnamese sensed my curiosity, and when they learned that I understood their language, they opened their homes and their hearts to me, proving every day that compassion, generosity, loyalty and honor are not exclusively western or Christian virtues.

Packing my camera during off-duty hours, it was easy to make small talk with the people I met, which often surprised and amused them. The Vietnamese people always encouraged me in my efforts to communicate in their language. They were happy to help with vocabulary and pronunciation. And they never seemed to mind when I photographed them. This was especially true of the children.

They are just like us, once you get to know them. Despite the differences in race, language, cuisine and culture, all people are the same everywhere, united by the common denominator of a shared humanity.

I voluntarily extended my tour of duty in South Vietnam, and got new assignments that took me away from the capital up to the Central Highlands and down to the Mekong Delta, places where I saw the brutality of war. But my daily encounters with the Vietnamese people remained essentially pleasant. I returned to the United States on June 28, 1967, with many good memories of Vietnam and its people, along with photographs to prove it.

I never thought to photograph the ugliness of war, the broken and torn bodies, the destruction and suffering. No, we should not forget that destruction and suffering, especially the next time our leaders contemplate sending our young people far away to an unnecessary war. But let us keep those ugly images in our hearts, and not in our albums.

Instead, I was attracted to the beauty that surrounded me in abundance on all sides, including the beauty of the human spirit. I hope I managed to capture some of that beauty in my photographs. But that's for you to judge.

LỜI TỰA

Tôi được sinh ra trong một thế giới lơ lửng trên bờ vực một cuộc đấu tranh quốc tế lớn mà sẽ tiêu diệt hàng triệu mạng sống và cuối cùng quyết định số phận của gần như tất cả những người sống sót và con cháu họ.

Khói tan từ các lĩnh vực chiến đấu chiến tranh thế giới II để tìm hai siêu cường đứng mặt đối mặt mình giữa những mảnh của quốc gia vỡ và đám đông túm tụm của người di dời tìm kiếm một cơ hội để bắt đầu cuộc sống mới. Nhưng cuộc đấu tranh ý thức hệ giữa hai gã khổng lồ chiếm đóng được sự chú ý và sẽ hấp thụ năng lượng các nhân vật chính và các đồng minh họ xuyên suốt 35 năm tiếp theo. Chúng tôi gọi nó là "chiến tranh lạnh," nhưng đã có trường hợp khi các cuộc sự thù hằn nổ ra trong cuộc xung đột vũ trang. Chiến tranh Việt Nam là dài nhất và tốn kém nhất của những cuộc xung đột vũ trang.

Nghĩa vụ quân sự đã là bắt buộc tại Hoa Kỳ lúc ấy. Tất cả nam giới thể phục vụ được yêu cầu để hai năm tại ngũ trong Lục Quân, Hải Quân, Thủy Quân Lục, Không quân hay Cảnh sát biển. Tuy nhiên, nếu một người nào đó gia nhập cách tự nguyện, ông sẽ phục vụ ba hoặc bốn năm, nhưng ông có quyền được chọn nhà trường, trong đó ông có thể học kỹ năng nhất định mà quan tâm anh ta, hoặc vị trí mà ông sẽ được chỉ định.

Đầu năm 1963, tôi đã thông qua khám nghiệm thể chất trước khi cảm ứng vào nghĩa vụ quân sự. Sau khi xem xét tùy chọn của tôi, tôi đã tham gia quân đội với bốn năm nhập ngũ và với lời hứa rằng, sau khi đào tạo cơ bản tại Fort Dix, New Jersey, Quân đội sẽ gửi cho tôi đến Presidio của Monterey ở California để học tiếng Nga một năm tại Viện Ngôn ngữ Quốc phòng, Bờ Tây, và sau đó, sau khi đánh giá ở tiếng Nga lưu loát của tôi, tôi sẽ được bổ nhiệm cho nơi mà tôi có thể sử dụng nó tốt nhất.

Nhưng quân đội có một cách để đào tạo bạn để phục vụ trong một đặc sản, và sau gởi bạn để phục vụ trong nửa đặc sản. Trong trường hợp tôi, trưng dụng đất khẩn cấp nhân viên từ Lầu Năm Góc bị thoát ra trong tháng Chín năm 1965, chỉ đạo tất cả các lệnh để gửi bất cứ ai trong bộ đồng phục ai có thể thở đến Đông Nam Á càng sớm càng tốt. Tôi đã có đơn đặt hàng để đi đến Stuttgart, nơi một sự nghiệp sống động chờ đợi tôi canh tranh với người đại lý SMERSH. Nhưng những đơn đặt hàng đã được thay thế bằng những cái mới chỉ đạo tôi để báo cáo với Quân cảng Oakland để chuẩn bị cho việc chuyển giao để phục vụ tại Việt Nam.

Quân đội đã cho tôi tổng quan ngắn gọn về cuộc sống ở Nam Việt Nam, trong đó có một vài bài giảng về cú sốc văn hóa. Tâm lý học hành vi cảnh báo về xu chung của người để xét đoán nền văn hóa khác bằng các tiêu chuẩn riêng mình văn hóa, và lên án nền văn hóa khác khi họ đang phải đối mặt với một sự khác biệt. Họ gọi nó là "chủ nghĩa vị chủng." Cần lưu ý rằng điều này có thể xảy ra trong một hình thức rất có hại. Quân đội cảnh báo chúng tôi, người lính đi du lịch đến Việt Nam, về sự nguy hiểm của chủ nghĩa vị chủng và khuyên lòng khoan dung và sự kiềm chế trong những tình huống không quen thuộc. Bà tôi không bao giờ nghe nói về chủ nghĩa vị chủng, nhưng bà biết rất nhiều về cách cư xử tốt.

Và do đó, nó đã xảy ra rằng trên 10 Tháng 11 năm 1965, tôi đã được trên một chiếc Boeing 727 điều lệ trên đường từ Travis Phi Trường đến Vietnam. Tôi đã hạ sĩ và có 26 tuổi. Hạ cánh trên sân bay Tôn Sơn Nhut, tôi được chỉ định đến trụ sở MAC-V trên đường Pasteur ở Sài Gòn.

Có lẽ là thời thơ ấu của tôi ở thành phố đa sắc tộc ở New Jersey đã chuẩn bị cho tôi được sống trong một nền văn hóa xa lạ, bởi vì tôi rải qua trong văn hóa sốc cách rất tích cực. Nếu một người nào đó nói mà tôi nghĩ cuộc sống trôi ở Việt Nam thú vị, nó sẽ chỉ là một nửa câu chuyện. Đáng buồn thay, chủ nghĩa vị chủng bắt và chinh phục nhiều người lính Mỹ. Có lẽ một vài người lính này không có những người bà để dạy cho họ tác phong tốt. Đôi khi là lúng túng quan sát hành vi của họ với người dân địa phương. Thậm chí ngày nay, nhiều năm sau đó, tôi cảm thấy ngượng khi tôi nhớ hành vi thô lỗ họ đối với người dân địa phương.

Sự tò mò là đồng minh liên tục tôi trong cuộc chiến chống lại chủ nghĩa vị chủng trên các đường phố Sài Gòn. Tôi đã bị cuốn hút bởi hầu hết các hiện tượng mới tôi gặp. Những nỗ lực tôi để học tiếng Việt là đa dạng về khen thưởng bằng tương tác dễ dàng với người dân địa phương. Người Việt nhận thấy tò mò tôi, và khi họ đã phát hiện ra rằng tôi hiểu được ngôn ngữ của họ, họ mở cho tôi nhà và trái tim của họ, minh mỗi ngày mà lòng trắc, khoan dung, lòng trung thành, và danh dự không phải là dành riêng đức phương tây hay ki tô giáo.

Vào buổi tối sau khi việc làm tôi thực máy ảnh tôi và làm thành nói chuyện nhỏ được dễ dàng với những người tôi gặp mà ngạc nhiên và thường vui họ. Người Việt luôn luôn khuyến khích những nỗ lực tôi để giao tiếp trong tiếng Việt. Họ rất vui khi giúp tôi với các từ vựng và phát âm. Và họ không bao giờ phản đối khi tôi chụp ảnh họ. Điều này áp dụng cho trẻ em đặc biệt.

Họ là rất giống với chúng tôi khi chúng tôi làm quen với họ. Mặc dù có sự khác biệt về chủng tộc, ngôn ngữ, ẩm thực và văn hóa, tất cả mọi người là như nhau khắp mọi nơi, thống nhất bởi mẫu số chung của nhân loại chia sẻ.

Tôi tự nguyện kéo dài thời gian dịch vụ tôi ở Nam Việt Nam, và các tiểu đoàn trưởng đã gửi tôi đến Tây Nguyên và Đồng bằng sông Cửu Long về nhiệm vụ mới. Bị bố trí xa từ Sài Gòn, tôi trải qua sự tàn bạo chiến tranh. Tôi đã thấy cách nào chiến tranh đã thay đổi những người tham gia trong đó. Nhưng các cuộc gặp gỡ hàng ngày với người Việt vẫn còn chủ yếu thân thiện. Tôi trở lại Mỹ trên ngày 28 tháng 6 năm 1967, với nhiều kỷ niệm tốt đẹp từ Việt Nam và người dân Việt Nam, cùng với hình ảnh để chứng minh điều đó.

Tôi không bao giờ nghĩ đến chụp ảnh sự xấu xí của chiến tranh   , các cơ quan bị hỏng và rách , sự tàn phá và đau khổ . Không, chúng ta không nên quên rằng sự hủy diệt và đau khổ này, đặc biệt là khi nhà lãnh đạo chúng tôi chiêm ngắm gửi tuổi trẻ chúng tôi để cuộc chiến tranh xa từ nhà . Nhưng chúng tôi phải giữ những hình ảnh xấu xí của chiến tranh trong trái tim chúng tôi, không phải trong anbom.

Thay vào đó, tôi bị thu hút bởi vẻ đẹp bao quanh tôi trong phong phú trong mọi phía, bao gồm cả vẻ đẹp tinh thần của con người. Tôi hy vọng tôi bắt gặp một số vẻ đẹp này trong hình ảnh của tôi. Nhưng đó là dành cho bạn để phán xét.

ПРЕДИСЛОВИЕ

Я родился в мире, колебавшемся на грани великой международной борьбы, которая скоро истребила жизни миллионов людей и в конечном счёте решила судьбу практически всех оставшихся в живых, их детей и внуков.

Дым рассеялся над полями боев Второй мировой войны, чтобы обнаружить две колоссальных супер-державы, противостоящие друг другу над черепами сломанных нации и сбишизся в кучу масс перемещённых людей, стремящихся к шансу начать новую жизнь. Но идеологическая борьба между двумя колоссами занимала внимание и поглощала энергию главных протагонистов и их союзников во время следующих 35 лет. Мы её называем "холодной войной", но были случаи, когда борьба на самом деле нагревалась и превращалась в вооружённые столкновения. Война во Вьетнаме была самым продолжительным и затратным из этих столкновений.

Военная служба была обязательной в Соединенных Штатах в те дни. Все трудоспособные мужчины были обязаны служить два года на действительной военной службе в армии, в военноморском флоте, в морской пехоте, в военно-воздушных силах или в береговой охране. Однако, если кто-то поступил на военную службу добровольцем, то он служил бы три или четыре года, но имел право выбрать школу, в которой он мог бы выучить определённый навык, интересующий его, или место, куда он будет назначен.

В начале 1963-го года я прошёл физической осмотр на пригодности к военной службе. Взвесив все выборы, я вступил в американскую армию на четырёх-летный срок с обещанием, что, после основной подготовки в Форт Диксе, Нью Джерси, армия пошлёт меня в Пресидио Монтерея в Калифорнии, чтобы изучать русский язык целый год в Институте Иностранных Языков Министерства Обороны, Западного Побережья, а потом, после оценки моего владения русским языком, назначит меня туда, где я мог бы лучше использовать своё знание.

Но армия часто обучает новобранцев служить по одной специальности и затем назначает их служить по совершенно другой. В моем случае, чрезвычайную реквизицию разослали из Пентагона в сентябре 1965-го года, требуя послать как можно скорее в юговосточную Азию всех кто носил форму и мог дышать. Я уже получил приказ, назначающий меня поехать в Штутгарт, где меня ожидала оживлённая карьера, противопоставляющая мою хитрость против хитрости агентов СМЕРША. Но этот приказ был заменён новым, направляющим меня в Оклендский Армейский Терминал для подготовки к переводу на службу в Вьетнаме.

Армия дала мне краткий обзор жизни в южном Вьетнаме, включая пару лекции о культурном шоке. Поведенческие психологи предупреждают относительно универсальной тенденции людей судить другие культуры по стандарту своей собственной культуры и осуждать иностранные культуры, когда они сталкиваются с разницами. Они называют это "этноцентризмом." Следует отметить, что это может проявиться в весьма вредных формах. Армия предостерегала нас, направляющихся в Вьетнам солдат, об опасности этноцентризма и советовала проявлять терпимость и сдержанность в незнакомых ситуациях. Моя бабушка никогда не слышала об этноцентризме, но она кое-что знала о благовоспитанности.

И вот так получилось, что 10-го ноября 1965-го года я оказался на борту зафрахтованного Боинга 727 на пути с авиобазы Травис в южный Вьетнам. Мне тогда было 26 лет а по чину я был капрал. Сразу после приземления на авиобазе Тон Сон Ньют, я был назначен в штабквартиру МАК-В на улице Пастур в Сайгоне.

Возможно, что моё детство в этнически разнообразном городе в Нью Джерси подготовило меня жить в иностранной культуре потому, что я испытал культурный шок очень положительным образом. Если бы кто сказал, что я нашёл новую среду интересной, это было бы преуменьшением столетия. К сожалению многие американские военнослужащие поддались этноцентризму. У них, очевидно, не было таких бабушек, которые научили бы их благовоспитанности. Мне было трудно смотреть на их отношения к местным жителям. Даже сегодня, спустя много лет, мне грустно помнить грубость американских войск.

Любопытство было моим неизменным союзником в сражении против этноцентризма на улицах Сайгона. Я был очарован почти каждым новым явлениям, с которым я столкнулся. Усилия освоить вьетнамский язык были щедро вознаграждены непринужденностью общения с местными людьми. Вьетнамцы ощущали моё любопытство, и когда они узнавали, что я понимаю их язык, они открывали мне свои дома и сердца, доказывая ежедневно, что сострадание, великодушие, лояльность и честь не являются исключительно западными или христианскими добродетелями.

Неся с собой фотоаппарат во внеслужебное время, мне было легко болтать языком с людьми, которых я встречал, что удивяло и часто развлекало их. Вьетнамцы всегда ободряли меня в моих усилиях общаться по-вьетнамски. Они рады были помогать мне с запасом слов и произношением. И они никогда, казалось, не возражали, когда я фотографировал их. Это особенно относилось к детям.

Они – весьма похожи на нас, как только с ними познакомишься. Несмотря на разницу расы, языка, кухни и культуры, все люди везде и всюду одинаковы и объединёны общим знаменателем разделяемого человечества.

Я добровольно продлил срок своей службы в южном Вьетнаме, а командир батальона направил меня в центральную часть нагорья и в дельту реки Меконга на новые задания. Служа далеко от Сайгона, я увидел жестокость войны. Я видел, как война изменила людей, участвующих в ней. Но ежедневные встречи с вьетнамцами все ещё в основном оставались приятными. Я успел вернуться в США 28-го июня 1967 года со многими хорошими воспоминаниями о Вьетнаме и о вьетнамцах и с фотографическим доказательством этого.

У меня никогда не было намерения фотографировать безобразие войны, изломанные и растерзанные тела, разрушения, страдание. Да, мы не должны забывать разрушения и страдание войны, особенно когда наши лидеры опять думают отправлять нашу молодёжь на далёкие, напрасные войны. Но образы безобразия войны пусть будут сохранены в наших сердцах, а не в альбомах.

Вместо этого меня привлекала красота, окружающая меня в изобилии со всех сторон, включая красоту человеческого духа. Надеюсь, что я успел захватить кое-что из этой красоты в своих фотографиях. Но это ваше дело судить.

To the Reader

The photographs and captions in this book tell something of what I personally encountered during my tour of duty as an Army NCO in South Vietnam. They remind me of people I knew, places I saw and events in which I participated. But if you have ever lived or served in Vietnam, or if you know of someone who had been there, perhaps these photos will raise memories for you, too. I encourage you to write your recollections, observations and impressions in any free spaces in the pages that follow. This book is my history. I invite you to make it yours, as well!

Xin chú ý Người Đọc

Các hình ảnh và chú thích trong cuốn sách này nói cho một cái gì đó về những gì cá nhân tôi gặp phải khi phục vụ và thi hành nhiệm vụ như một quân đội hạ sĩ quan Mỹ ở miền Nam Việt Nam. Họ nhắc nhở tôi về những người tôi biết, nơi tôi thấy và sự kiện mà tôi tham gia. Nhưng nếu bạn từng sống hoặc phục vụ tại Việt Nam, hoặc nếu bạn biết người nào ai đã đó, có lẽ những bức ảnh này sẽ nâng cao những kỷ niệm cho bạn, quá. Tôi khuyến khích bạn viết hồi úc của bạn, quan sát và ấn tượng trong những trang tiếp theo. Cuốn sách này là lịch sư của tôi. Tôi mời các bạn hãy làm cho nó cũng là lịch sử của bạn.

К читателю

Фотографии и подписи в этой книге свидетельствуют о том, что я лично встречал в течение своей службы сержантом в южном Вьетнаме. Они напоминают мне о людях, которых я знал, о местах, которые я видел и о событиях, в которых я участвовал. Но если вы когда-либо жили или служили в Вьетнаме, или если вы знаете кого-то, кто был там, возможно, эти фотографии будут поднимать воспоминания и для вас. Я приглашаю Вас писать Ваши воспоминания, наблюдсния и впечатления на любых свободных местах на следующих страницах. Эта книга является моей историей. Я приглашаю Вас сделать её и Вашей!

SAIGON ★ САЙГОН

A Saigon housewife in her *áo dài*
radiated feminine elegance in front
of her house on Truong Minh Giang
Street.   Her little son was full of fun.

Người phụ nữ này mặc áo dài tỏa tính
thanh lịch như đàn bà. Bà đang đứng
trước nhà bà trên đường phố Trương
Minh Giảng.   Con trai nhỏ
bà muốn chơi.

Сайгонская домохозяйка в своём
ау яй сияла женской элегантностью
перед своим домом на улице
Труонг Мин Джянг.   Её сыночек
любил озорничать.

2

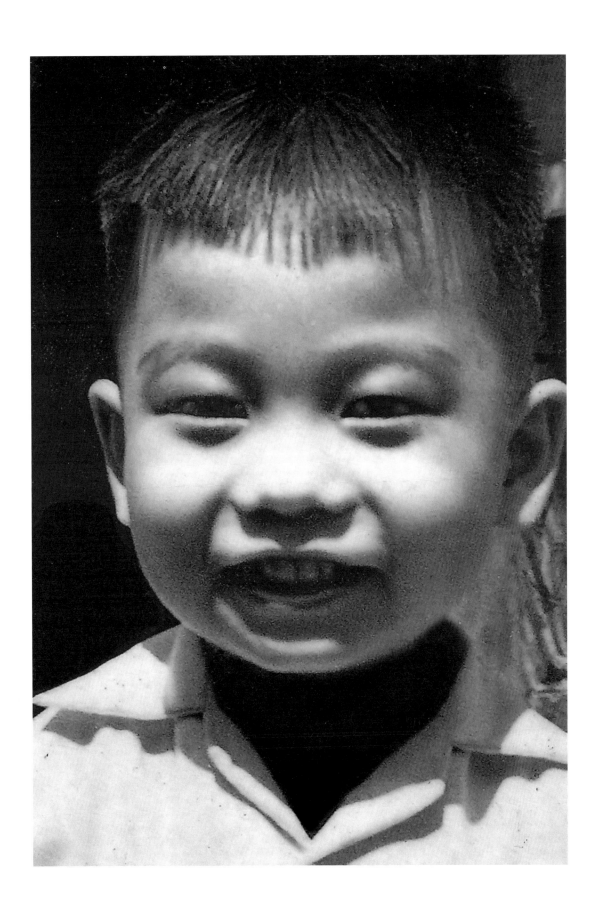

SAIGON ★ САЙГОН

Hiep was a carefree four-year-old boy when I took this picture in 1966. I hope he lived to see grandchildren.

Hiệp là một bốn tuổi cậu bé hạnh phúc khi tôi chụp ảnh anh ta năm 1966. Tôi hy vọng anh ấy sống đủ lâu để xem cháu anh ấy.

Геп был счастливым четырёхлетним мальчиком когда я сфотографировал его в 1966-ом году. Я надеюсь, что он дожил увидеть внуков.

SAIGON ★ САЙГОН

The Majestic Hotel was famous as
a fine place to lodge during French
rule when Saigon was known as
"The Pearl of the Orient."

Khách sạn Majestic rất là nổi tiếng,
nó là nơi tốt nhất để ở lại khi Việt
Nam đã thuộc địa của Pháp và Sài
Gòn đã gọi là "Hòn ngọc Phương
Đọng."

Гостиница «Мажестик»
(Величественная) была известна
как прекрасный отель во время
французского правления,
когда Сайгон был известен как
"Жемчуг востока."

SAIGON ★ САЙГОН

The majority of Vietnamese were Buddhist. But some converted to Catholicism while the French ruled. The French built this cathedral to honor the Mother of God.

Hầu hết người Việt là Phật tử. Nhưng một số trong số họ chấp nhận đạo Thiên Chúa trong khi thời Pháp thuộc. Người Pháp xây dựng nhà thờ này để tôn vinh Đức Trinh Nữ.

Большинство вьетнамцев – буддисты. Но некоторые из них перешли в католическую веру во время французского правления. Французы построили этот кафедральный собор в честь Богородицы.

SAIGON ★ САЙГОН

Vietnamese women worked in construction. They mixed mortar and carried bricks and mortar to the scaffolds for the bricklayers on the upper floors.

Phụ nữ Việt làm việc trong ngành xây dựng. Họ pha trộn xi măng, cát và nước để làm vữa. Họ mang lên gạch và vữa càc tầng trên cho thợ nề.

Вьетнамские женщины работали на стройках. Они приготовляли строительный раствор, а носили кирпичи и раствор каменщикам на верхних этажах.

SAI GON ★ САЙГОН

Ladies in the 1960s all wore the traditional *áo dài,* the long-sleeve, high-neck, form-fitting, ankle-length national dress.

Phụ nữ trong những năm 1960 tất cả mặc áo dài truyền thống, tay dài, cổ áo cao, ôm khít, aó dài đến mắt cá chân. Đây là áo dài trang phục của dân tộc Việt.

Дамы в 1960-ых годах все носили традиционный *ау яй*, длинорукавое, высокогорлое, облегающее, национальное платье, длиное по щиколотку.

SAIGON ★ САЙГОН

This sidewalk entrepreneur's iced fruit drinks helped residents of Saigon keep cool on warm days.

Người bán hàng rong này bán đồ uống lạnh để giúp cư dân của Sài Gòn giữ mát mẻ vào những ngày nóng.

Фруктовые напитки со льдом этого тротуарного предпринимателя помогали жителям Сайгона сохранять прохладу в тёплые дни.

SAIGON ★ САЙГОН

This man stood stoically and spoke not a word as I took his picture, but his expression screamed, "Yankee, go home!"

Tôi đã xin phép người đàn ông này để chụp hình ông ta, do đó ông đứng im lặng làm để tôi chụp hình ông ta. Ông ấy không bao giờ nói một lời, nhưng biểu hiện trên khuôn mặt của ông ấy là như hét lên thầm lặng, "Yankee, về nhà."

Этот мужчина позировал стоически для фотографии. Он никогда ни одного слова не говорил, но выражение его лица безмолвно кричало, «Янки, иди домой!»

SAIGON ★ САЙГОН

The upbeat owner of the TAN MY photoshop on Le Loi Street processed my black & white photographs.

Người phụ nữ vui vẻ này là chủ tiệm của hàng nhiếp ảnh TAN MY trên đường Lê Lợi. Cô ấy rửa hình đen trắng của tôi.

Весёлая владелица фотолавки ТАН МИ на улице Ле Лой проявляла мои черно-белые фотографии.

SAIGON ★ САЙГОН

These girls crossed the Saigon River every evening from An Khanh to sell sugarcane bouquets on the Ben Bach Dang embankment.

Càc cô gái này đã vượt qua sông Sài Gòn mỗi tối từ xã An Khánh để bán những bó mía trên bờ sông Bến Bạch Đằng.

Эти девушки переплывали реку Сайгон каждый вечер из Ан Хана, чтобы продавать букеты сахарного тростника на набережной Бен Бах Данг.

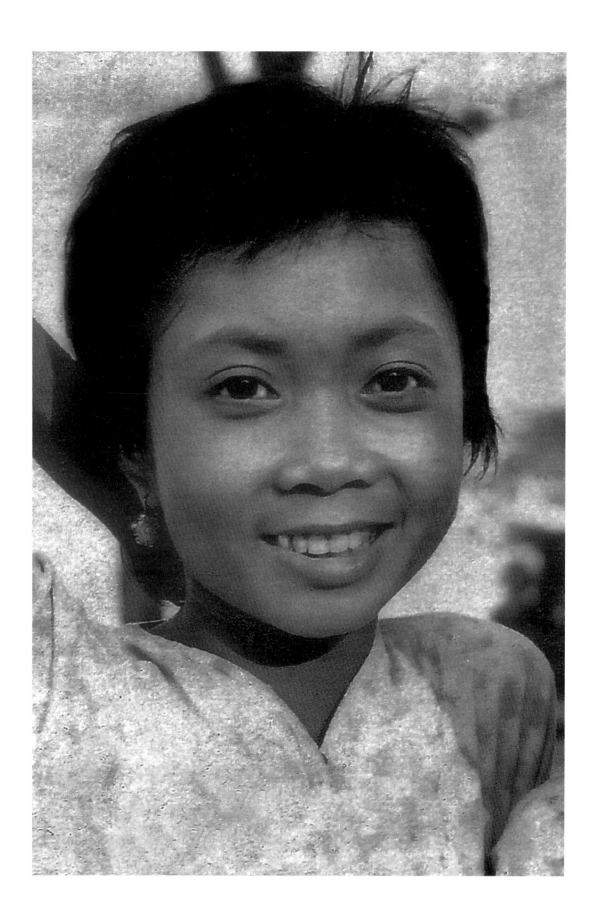

SAIGON ★ САЙГОН

The saucy chatter of this adolescent vendor of sugarcane bouquets accustomed my ears to the rhythm and tones of Vietnamese.

Các cuộc nói chuyện huyên thuyên lanh lợi của các cô gái này, trong khi cô ấy bán bó mía, đã giúp toi học theo nhịp điệu và ngữ điệu của tiếng Việt.

Дерзкая болтовня этой молодой продавщицы букетов сахарного тростника приучала мои уши к ритмичным интонациям вьет-намского языка.

SAIGON ★ САЙГОН

Sisters from An Khanh skewered plugs
of sugar cane on split bamboo, and
then sold them as bouquets on the Ben
Bach Dang river embankment in Saigon.

Các cô gái này từ xã An Khành lụi để
nướng nút mía vào những cây que chia
nhỏ bằng tre để bán như bó trên kè Bến
Bạch Đằng.

Эти сёстры из Ан Хана насаживали
куски сахарного тростника на
бамбуковые шампуры, а потом
продавали их как букеты на
набережной Бен Бах Данг
в Сайгоне.

13

SAIGON ★ САЙГОН

Once I was enjoying a leisurely afternoon in a Saigon Park when an amateur photoclub arrived on motor scooters, bringing this lovely model with them. They immediately began to pose and photograph her.

Một buổi chiều tôi đi dạo bộ ở trong công viên Sài Gòn. Bất thình lình tôi thấy nhiều nhiếp ảnh gia đến bằng xe tay ga. Họ mang theo người mẫu xinh đẹp này. Ngay lập tức họ bắt đầu chụp hình cô ta trong nhiều tư thế.

Однажды я наслаждался после-полуденным временем на досуге в сайгонском парке, когда вдруг приехали члены любительского фотоклуба на мотороллерах, привезя с собой эту красивую натрушку, которую они немедленно стали фотографироват.

14

SAIGON ★ САЙГОН

She really was so pretty, that I couldn't help taking a few pictures of her myself.   No one objected.

Cô ấy rất thực là xình đẹp. Tôi cũng muốn chụp vài bức ảnh cô ấy. Không ai phản đối gì cả.

Она действительно была настолько симпатична, что я сам не мог не фотографировать её.   Никто не возражал.

SAIGON ★ САЙГОН

**An American G.I. from New York
and a friend at the zoo.**

**Một người lính Mỹ từ Nữu Ước
và bạn trẻ tại sở thú.**

**Американский солдат из
Нью-Йорка и его друг гуляют
в зоопарке.**

16

SAIGON ★ САЙГОН

Vietnamese refugees fled the combat in the countryside for the relative safety of Saigon. They hastily threw up shantytowns, like this one off Trần Hưng Đạo Boulevard, where they lived without electricity and running water, but also without bombs and bullets.

Người tị nạn Việt Nam bỏ chạy chiến đấu ở nông thôn đến sự an toàn tương đối của Sài Gòn nhanh chóng xây dựng khu ổ chuột này gần Đại Lộ Trần Hưng Đạo, nơi họ sống mà không có hệ thông điện và ống nước, nhưng cũng không có hoặc bom và đạn.

Вьетнамские беженцы, сбежавшие от боевых действий из сельских местностей в сравнительный покой Сайгона, спешно постро-или трущобы, как например эту недалеко от бульвара Чан Хунг Дао, где они жили без электри-чества и водопровода, но в то же время и без бомб и пуль.

SAIGON ★ САЙГОН

Shantytown women carried water home from communal taps every day.
This was just one of many inconveniences people endured during the war.

Mỗi ngày phụ nữ đến từ khu ổ chuột lụp xụp để mang nước về nhà từ vòi nước
công cộng. Nó chỉ một sự bất tiện của nhiều trong thời kỳ chiến tranh.

Женщины, живущие в трущобных посёлках, должны были носить воду домой каждый
день из общего крана. Это было только лишь одно из многих неудобств во время войны.

SAIGON ★ САЙГОН

Refugees from combat in the countryside built this shantytown on Thị Nghè Creek close by the Truong Minh Giảng Street bridge.

Những người tị nạn từ các nơi có chiến tranh ở các vùng nông thôn đã xây dựng khu ổ chuột này trên lạch Thị Nghè ở gần cầu Trương Minh Giảng.

Беженцы от боев в сельской местности поспешно установили этот трущобный посёлок на сваях на правом берегу речки Тхи Нге вблизи моста на улице Чюнг Минь Жанг.

SAIGON ★ САЙГОН

A British freighter took on cargo and passengers at the foot of Nguyen Hue Street.

Một con tàu của Anh đã nhận lãnh hàng hóa và hành khách tại cuối đường Nguyễn Huệ.

Британское грузовое судно загрузилось грузом и взяло пассажиров на борт у подножья улицы Нгуен Хуэ.

SAIGON ★ САЙГОН

The view across busy Saigon harbor looking SE from Ben Bach Dang toward Khanh-Hoi.

Quang cảnh từ kè Bến Bạch Đằng ngang qua cổng bận rộn Sài Gòn về phía Khánh Hội.

Вид от Бен Бах Данг на юговосток через переполненный порт Сайгона в сторону Хан Гой.

SAIGON ★ САЙГОН

A launch discharged passengers from the An Khanh commune on the right bank of the Saigon River near the Ben Bach Dang embankment.

Hành khách từ Xã An Khánh vượt qua sông Sài Gòn trên phà nhỏ và lên bờ gần kề Bến Bạch Đằng.

Катер высаживал пассажиров из Кса Ан Хан на берегу реки Сайгона у набережной Бен Бах Данг.

SAIGON ★ САЙГОН

Cargo vessels moored on the Ben Nghe Canal.

Tàu thuyền chở hàng neo đậu trên kênh Bến Nghé.

Грузовые суда пришвартованы на канале Бен Нге.

SAIGON ★ САЙГОН

A multitude of working vessels moored on the Ben Nghe Canal underscores the importance of Viet Nam's waterways as arteries of commerce.

Nhiều thuyền vận chuyển hàng hóa trên kênh Bến Nghé nhấn mạnh tầm quan trọng của tuyến đường thủy như cho thương nghiệp ở Việt Nam.

Множество грузовых судов на канале Бен Нге подчеркивает важность водных путей Вьетнама как коммерческих артерий.

SAIGON ★ САЙГОН

Vehicular traffic in 1966 included a lot of bicycles. Good exercise and no pollution.

Giao thông trên các đường phố vào năm 1966 bao gồm rất nhiều xe đạp. Tập thể dục tốt và không có ô nhiễm.

**Движение транспортных средств в 1966-ом году включало много велосипедов.
Хорошая зарядка без загрязнения окружающей среды.**

SAIGON ★ САЙГОН

A modish couple zips through downtown Saigon on a motor scooter, a very popular conveyance.

**Cặp vợ chồng hợp thời trang này chạy xe quá tốc độ qua trung tâm Sài Gòn trên xe máy.
Xe máy đã là phương tiện phổ biến của sự giao thông.**

**Модная пара спешит через центр Сайгона на мотороллере, который был очень популярным
транспортным средством.**

SAIGON ★ САЙГОН

Saigon's Central Market at the intersection of Dai Lo Hãm Nghi and Lê Lợi Streets.

Chợ Bến Thành ở Sài Gòn tại giao điểm của Đại Lộ Hàm Nghi và đường Lê Lợi.

Центральный рынок Сайгона находился у перекрёстка Дай Ло Хам Нги и đường Лê Lợi.

SAIGON ★ САЙГОН

Opposite the Central Market was a place of execution.   In 1966 a firing squad sent a war profiteer
to meet his honorable ancestors from this place.

Nơi hành quyết là đối diện Chợ Bến Thành. Các nhà chức trách đã mang đến một người lợi dụng chiến
tranh đây vào năm 1966. Một tiểu đội bắn gửi ông ày để gặp tổ tiên đáng kính ông áy từ nơi này.

Это место казни преступников находился прямо напротив Центрального рынка.   В 1966-ом
году сюда привезли спекулянта, и растрельная команда послала его к его уважаемым предкам.

SAIGON ★ САЙГОН

Traffic on Le Loi Street. Note some of the signage was still in French.
There were still many French people living in Saigon in 1966.

Giao thông trên đường phố Lê Lợi. Có một số bảng hiệu vẫn là tiếng Pháp.
Năm 1966 vẫn còn có nhiều người Pháp sống tại Sài Gòn.

Уличное движение на улице Ле Лой. Некоторые вывески ещё были
написаны по-французски. В 1966-ом году ещё много французов жили
в Сайгоне.

SAIGON ★ САЙГОН

Truong Minh Giang Street wasn't always this crowded. Sometimes it was worse.

Đường phố Trương Minh Giảng không phải lúc nào cũng đông đúc thế này.   Đôi khi nó là tồi tệ hơn.

**Уличное движение не всегда было таким медленным на улице Чуонг Мин Жянг.
Иногда было ещё хуже.**

SAIGON ★ САЙГОН

A policeman in white keeps order at Le Loi and Nguyen Hue.
The opera house in the distance is on Tu Do Street.

Người cảnh sát trong đồng phục màu trăng giữ trật tự ở giao lộ của Lê Lợi và
Nguyễn Huệ. Nhà hát lớn ở khoảng cách là trên đường phốTự Dô.

Полицейский в белом следит за порядком на пересечении улиц Ле Лой и
Нгуен Хуэ. Оперный театр на фоне находится на улице Ту Йо.

SAIGON ★ САЙГОН

An eclectic assortment of vehicles stands in the rain on Le Loi Street.

Có nhiều các loại xe khác nhau đậu đứng trong cơn mưa trên con đường Lê Lợi.

**Эклектичный ассортимент транспортных средств стоит
под дождём на улице Ле Лой.**

SAIGON ★ САЙГОН

A view from the Opera House down Le Loi Street.

Quang cảnh từ nhà hát về phía nam dọc theo đường Lê Lợi.

Вид на юг от Оперного театра вдоль улице Ле Лой.

SAIGON ★ САЙГОН

A military band and infantry platoon in dress uniform await the start of a ceremony in front of the City Hall on Le Thanh Ton Street.

Một trung đội bộ binh trong bộ đồng phục thuộc lễ và một ban nhạc quân chờ đợi sự bắt đầu một buổi lễ ở phía trước tòa thị chính trên đường phố Lê Thánh Tôn.

Военный оркестр и пехотный взвод в парадной форме ждут начала церемонии перед ратушей на улице Ле Тхан Тон.

SAIGON ★ САЙГОН

A Peugeot taxicab passed a pedicab on Le Loi Street at its intersection with Nguyen Hue.

Tắc xi Peugeot vượt qua một xe xích lô trên đường phố Lê Lợi tại giao điểm nó với Nguyễn Huệ.

Такси Пужоу обогнало велорикшу на пересечении улицы Ле Лой с Нгуен Хуэ.

SAIGON ★ САЙГОН

Most of the vehicles at the intersection of Nguyen Cu Trinh and Trần Hưng Đạo boulevards didn't need the gasoline ESSO was selling.

Hầu hết các loại xe tại ngã tư đại lộ Nguyễn Cư Trinh và Trần Hưng Đạo không cần xăng ESSO.

Большинство транспортных средств у перекрёстка бульваров Нгуен Ку Чин и Чан Хунг Дао не нуждалось в бензине, который предлагала компания ЭССО.

SAIGON ★ САЙГОН

Two ladies were strolling leisurely along Tu Do Street. Why hurry? It was too hot!

**Hai người phụ nữ đã đi dạo nhàn nhã dọc theo đường Tự Do. Không cần thiết
đi nhanh họn. Nó trời quá nóng!**

Две дамы шли медленно по улице Ту Йо. Зачем торопиться? Очень жарко было!

SAIGON ★ САЙГОН

The THANH MINH cinema on Tran Hung Dao Boulevard. Here you could see films by the Chinese producer
Sir Run Run Shaw.

Các rạp chiếu phim THANH MINH trên phố Trần Hửng Đạo. Ở đây bạn có thể xem phim của Sir Run Run
Shaw, một người sản xuất có tiếng từ Hong Kong.

ТХАН МИН кинотеатр на бульваре Чан Хунг Дао. Тут можно было смотреть кинофильмы Сэр Ран Ран
Шоу, китайского продюсера.

TAN SON HOA ✷ ТАН СОН ХОА

A long time ago, Buddha taught that meditation is the path to enlightenment, enabling man to avoid suffering.
This is life's goal.

Cách đây đã lâu Đức Phật dạy thiền là con đường đi đến giác ngộ. Người khai ngộ hiểu làm thế nào để tránh
đau khổ, trong đó là mục tiêu của cuộc sống.

Будда давно учил, что медитация есть путь к просвещению, что позволяет нам избежать страдания и
является целью жизни.

SAIGON ★ САЙГОН

Buddha seemed to be benevolently watching people go by on the street beneath his window, but he was probably meditating on the meaning of life.

Đức Phật tưởng chừng như trông nom từ bi những người đi ngang qua trên đường phố bên dưới cửa sổ của ông ậy, nhưng ông ta có lẽ suy nghĩ về ý nghĩa của cuộc sống.

Будда, казалось, доброжелательно следил за людьми, проходящими мимо на улице ниже его окна, но он вероятно размышлял о значении жизни.

SAIGON ★ САЙГОН

The entrance to the Thoi Hoa temple compound north of Saigon.

Đây là lối vào hợp chất ngôi đền Thôi Hòa phía bắc Sài Gòn.

Вход в огороженый храм Txoй Xya около Сайгона.

SAIGON ★ САЙГОН

The entrance to the zoo was on Nguyen Binh Khiem Street.

Lối vào sở thú là trên đường phố Nguyễn Bỉnh Khiêm.

Вход в зоологический парк был на улице Нгуен Бинь Хием.

SAIGON ★ САЙГОН

The War Memorial Temple and Museum were located near the entrance at the municipal zoo.

Đền tưởng niệm chiến tranh chùa và viện bảo tàng nằm là ở sở thú gần lối vào.

Военный храм-памятник и музей находились около входа в городском зоопарке.

SAIGON ★ САЙГОН

The ornate porch of the War Memorial Temple at the zoo

Hiên trước trang trí công phu của đền tưởng niệm chiến tranh chùa ở sở thú

Богато украшённое крыльцо Военного храма-памятника в городском зоологическом парке

SAIGON ★ САЙГОН

A vendor at the zoo sold beautiful images. Can you spot the profile of President Lyndon Johnson?

Người bán hàng rong này bán hình ảnh đẹp tại vườn bách thú. Ai có thể nhận ra hồ sơ cá nhân cựu Tổng thống Lyndon Johnson?

Продавец в зоологическом парке продавал красивые картинки. Видите ли вы силует президента Линдона Джонсона?

SAIGON ★ САЙГОН

Every day residents of Xa Thanh My Tay crossed Thi Nghe Creek to Saigon over this graceful footbridge.

Mọi ngày cư dân từ Xã Thạnh Mỹ Tây vượt qua lạchThị Nghè vào Sài Gòn trên cầu duyên dáng này.

Жители Кса Тхан Ми Тай каждый день переходили речку Тхи Нгэ в Сайгон через этот изящный пешеходный мост.

SAIGON ★ САЙГОН

This fisherman caught fish with a net in the murky waters of Thi Nghe Creek. He and St. Peter are brothers.

Một ngư dân này là đánh cá trong vùng nước âm u của lạch Thị Nghè. Ông ày và Thánh Phêrô là anh em trai.

Этот рыбак ловил рыбу сетью в смутной воде речки Ти Нге. Он и Апостол Пётр поняли бы друг друга.

SAIGON ★ САЙГОН

A view down Thi Nghe Creek from the Phan Tan Gian Street bridge

Một cái nhìn ở hạ nguồn dọc theo lạch Thi Nghe từ cầu Phan Thanh Giản

Вид вдоль речки Тхи Нге от моста улицы Фан Тан Жан

SAIGON ★ САЙГОН

The embassy of the United States of America

Tòa đại sứ Mỹ

Посольство Соединённых Штатов Америки

SAIGON ★ САЙГОН

In the early 1960s the An Quang temple was a center of Buddhist opposition to the Ngo Dinh Diem regime.

Trong đầu thập niên những năm 1960 Chùa Ấn Quang là trung tâm của Phật Giáo chống lại với chế độ của Ngô Đình Điểm.

В начале 1960-х годов храм Ан Куанг служил центром буддийской оппозиции режиму Нго Дин Зием.

SAIGON ★ САЙГОН

The Viet Cong twice bombed this floating restaurant on the Saigon River. So perhaps I risked my life twice eating there. The food was just fine.

Việt Cộng bị đánh bom nhà hàng nổi này ở trên sông Sài Gòn hai lần. Vậy có lẽ tôi đã liều mạng sống của tôi đến hai lần ăn uống ở đày. Các món ăn thật đã ngon.

Вьетконгцы дважды бомбили этот плавающий ресторан на реке Сайгон. А я сам, быть может, дважды рисковал свою жизнью, обедая там. Вкусная была еда.

CHO LON ✿ ЧОЛОН

The overseas Chinese population resided in Cho Lon (Big Market), immediately south of Saigon.

Nhiều người Trung Quốc tại nam Việt Nam đã sống ở Chợ Lớn, ở vùng lân ngay lập tức nam tự Sài Gòn.

Китайское население жило в Чолоне (Большой Базар), прямо к югу от Сайгона.

CHO LON ✴ ЧОЛОН

Entrance to the big market.

Lối vào thị Chợ Lớn.

Вход в Большой базар.

CHO LON ✈ ЧОЛОН

One morning I went to the big market with my camera. When this timid vendor saw my camera, she screamed and hid her face behind a skillet, which made the other vendors nearby laugh.

Một buổi sáng tôi đến thăm chợ lớn. Khi một phụ nư bán hàng nhút nhát này nhìn thấy máy ảnh của tôi, bà áy gào lên và giâu khuôn mặt đằng sau một cái chảo. Mọi người đều gần đó cười.

Раз утром я вошёл в большой базар с фотоаппаратом в руке. Когда эта застенчивая продавщица увидела фотоаппоаппарат, она закричала и скрыла своё лицо за сковородой, к смеху окружающих.

CHO LON ❀ ЧОЛОН

Every morning industrious women made hundreds of spring rolls (chả giò) for sale in the big market.

Mỗi buổi sáng những phụ nữ cần cù này là bận rộn làm hàng trăm chiếc chả giò để bán trong Chợ Lớn.

Каждое утро трудолюбивые женщины приготавливали сотни *ча йо* для продажи на Большом базаре.

CHO LON ❀ ЧОЛОН

A multitude of vendors arrived here every morning before sunrise and set out their wares. They sold a rich variety of items inside the big market.

Mỗi buổi sáng trước khi bình minh nhiều vô só người bán hàng đến Chợ Lón. Họ mang tới rất nhiều mặt hàng khác nhau để bán.

Каждое утро перед восходом солнца множество продавцов приходило и выставляло свои товары. Они продавали богатое разнообразие вещей на большом базаре.

III CTZ

A huge rock balanced the load on a horse-drawn cart. The boy on the side of the road would be happy to ride, too, if only someone would invite him.

Một cục đá lớn cân bằng trọng tải trên xe ngựa. Cậu bé trên phía bên đường sẽ rất là vui để đi xe cũng, nếu chỉ có một người nào đó sẽ mời anh ta.

Огромный камень балансировал нагрузку на конной тележке. Мальчик на стороне дороги был бы рад ездить, если только кто-нибудь пригласил бы его.

PLEIKU ☼ ПЛЭЙКУ

Compared to the rest of South Vietnam, the area around Pleiku was arid.
Pleiku was a small town, but there was a strong military presence there.

So với sánh phần còn lại của miền Nam Việt Nam, khu vực xung quanh thành phố Pleiku
là khô khan. Thành phố chính nó là nhỏ, nhưng có sự hiện diện quân sự là mạnh mẽ.

По сравнению с остатком южного Вьетнама, район вокруг Плэйку был
засушливым. Сам город был маленьким, но там было могучее военное присутствие.

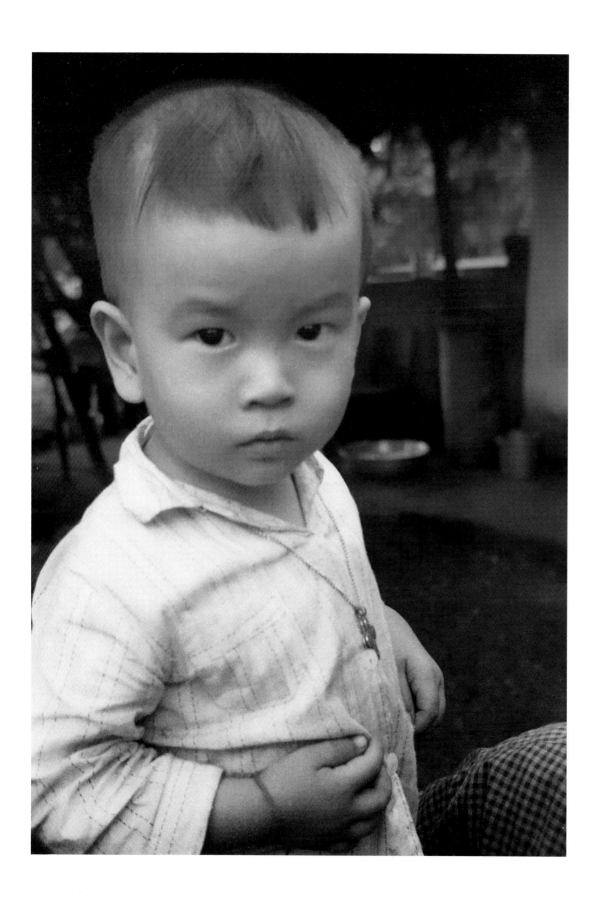

PLEIKU ☼ ПЛЭЙКУ

This little boy in Pleiku faced an uncertain future near the southern terminus of the Ho Chi Minh trail.

Cậu bé nhỏ này phải đối mặt tương lai không chắc chắn ở Pleiku gần cuối phía nam của đường mòn Hồ Chí Minh.

Этому маленькому мальчику предстояло неопределенное будущее в Плейку около южного конца тропы Хо Ши Мина.

CAN THO ✳ КАНТХО

A dapper young man smiles amidst
palm fronds in a village on the
Mekong downstream from Can Tho.

Bảnh bao đan ông trẻ này đứng
mỉm cười ở giữa lá lược cọ tại ngôi
làng nhỏ gần sông Mê Kông ở hạ
nguồn từ Cần Thơ.

Щеголеватый парень улыбается
среди пальм в деревне на Меконге
вниз по течению от Кантхо.

CAN THO ✳ КАНТХО

A wooden cargo vessel on the Mekong River was home to this merry matron.

Bà ngoại hạnh phúc này đã sống lên một thuyền gỗ chở hàng hóa trên sông Mê Kông.

Деревянное грузовое судно на реке Меконг служило домом для этой весёлой женщины.

CAN THO ✳ КАНТХО

This girl rowed passengers across
the wide Mekong all day long.
Her wavy hair suggests
Cambodian ancestry.

Suốt ngày cô gái này chèo ngang
qua sông Mekong rộng mang
hành khách. Tóc gợn sóng gợi ý
tổ tiên cô là Khmer.

Целый день эта девушка гребла
на шлюпке, несущей пассажиров
через широкий Меконг.
Волнистые волосы указывают,
что её предки были
кампучийцами.

CAN THO ✱ КАНТХО

Busy with chores in the yard of our
house one bright morning, I looked
up to see this girl smiling at me from
the upper porch of the house next
door. I immediately went inside to
fetch my camera.

Một buổi sáng trong khi tôi đã làm
công việc nhà ở sân chúng tôi, tôi
thấy cô gái đẹp này xem tôi và
mỉm cười trên ban công của gác của
các ngôi nhà kề tiếp. Tôi ngay lập
tức chạy đi lấy máy ảnh.

В одно прекрасное утро, занимаясь
домашней работой на дворе нашего
дома, я увидел эту девушку, улыба-
ющуюся мне с верхнего крыльца
соседнего дома. Я сразу побежал
за фотоаппаратом.

CAN THO ✳ КАНТХО

When I came back outside with my camera, the pretty girl was still standing on her porch. I took her picture from below, and she just kept right on smiling. So I quickly climbed up to where she stood to reconnoiter and take her picture again at close range. War is hell!

Khi tôi trở lại bên ngoài với máy ảnh, cô gái xinh đẹp vẫn còn đứng trên ban công. Tôi chụp ảnh cô từ bên dưới, và cô tiếp tục mỉm cười. Vì vậy, tôi nhanh chóng leo lên nơi cô ấy đứng để quân do thám và chụp ảnh cô một lần nữa ở cự ly gần. Chiến tranh là địa ngục!

Когда я вышел с фотоаппаратом симпатичная соседка ещё стояла на крыльце. Я сфотографировал её снизу, и она продолжала улыбаться. Поэтому я быстро поднялся туда, где она стояла на разведку и сфотографировать её снова с близкого расстояния. Война – это ад!

CAN THO ✳ КАНТХО

A busy housewife pauses in front of
her home and members of her family
in a village on the right bank of
the Mekong near Can Tho.

Bà nội trợ bận rộn này ngừng trước
nhà bà và gia đình trong ngôi làng
ở vùng đồng bằng sông Mê Kông gần
Cần Thơ.

Занятая домохозяйка стоит перед
домом и членами семьи в деревне
на правом берегу Меконка недалеко
от Кантхо.

CAN THO ✳ КАНТХО

An elderly woman and her son's wife coexist peacefully under one roof in the Mekong delta.

Người phụ nữ lớn tuổi và người con dâu sống hài hòa trong một ngôi nhà ở vùng đồng bằng sông Mê Kông.

Пожилая женщина и жена её сына мирно сосуществуют под одной крышей в дельте Меконга.

CAN THO ✳ КАНТХО

A rural police station in the Mekong Delta.

Một đồn cảnh sát nông thôn ở đồng bằng Mê Kông.

Сельское отделение полиции в дельте Меконга.

MEKONG HITCHHIKER ✤ NGƯỜI QUA GIANG TRÊN SÔNG MÊ KÔNG ✤ АВТОСТОПОМ ПО МЕКОНГУ

I was walking upstream on the right bank of the Mekong, when I heard a motor right flank rear. Turning, I saw an open launch on the river and called out for a lift into Can Tho. The helmsman adroitly brought the vessel to the bank and welcomed me aboard.

Tôi đang đi bộ thượng nguồn dọc theo bờ phải của sông Mê Kông, khi tôi nghe thấy một tiếng động cơ sườn bên phải phía sau. Tôi quay lại, thấy một thuyền mở và kêu gào lên, khẩn cầu đi xe đến Cần Thơ. Người đàn ông tại bánh lái quay thuyền đến ngân hàng nơi tôi đứng và ông ấy hoan nghênh tôi đi trên.

Однажды я шёл пешком вверх по течению вдоль по правому берегу Меконга, когда я услышал двигатель сзади правого фланга. Я повернулся и увидел открытый катер на реке. Вызвав рулевого, я попросил перевозку в Кан Тхо. Он ловко провёл катер к берегу и приветствовал меня на борт крепкого судна.

MEKONG HITCHHIKER ✥ NGƯỜI QUA GIANG TRÊN SÔNG MÊ KÔNG ✥ АВТОСТОПОМ ПО МЕКОНГУ

The engine was a two-cycle Kohler, made in Wisconsin. The helmsman was fifty-something.
There were two teenagers on board, Vietnam's answer to Tom Sawyer and Huck Finn.

Động cơ là một chu kỳ hai Kohler, sản xuất tại Wisconsin. Người cầm lái đã khoảng năm mươi tuổi.
Đã có hai chàng trai thiếu niên trên xuồng, các phiên bản Việt của Tom Sawyer và Huck Finn.

Двигатель был двухтактный Колер, сделанный в Висконсине. Рулевому было около 50 лет.
На борту были два подростка, вьетнамские вариации на тему Тома Сойера и Гека Финна.

MEKONG HITCHHIKER ❧ NGƯỜI QUA GIANG TRÊN SÔNG MÊ KÔNG ❧ АВТОСТОПОМ ПО МЕКОНГУ

Villagers in the Mekong Delta lived in huts framed in local hardwoods and covered in mats woven of palm fronds.

**Dân làng ở châu thổ sông Mê Kong sống trong những túp lều khung làm bằng gỗ cứng và phủ
trong thảm dệt bằng lá lược cọ.**

**Сельские жители в дельте Меконга жили в каркасных избах, построенных из местных пород твёрдого дерева
и покрытых циновками, переплетёнными из пальмовых листьев.**

MEKONG HITCHHIKER ❧ NGƯỜI QUA GIANG TRÊN SÔNG MÊ KÔNG ❧ АВТОСТОПОМ ПО МЕКОНГУ

The wooden frames were fastened together without nails or screws. Instead, the builders
used wooden pegs and wedges. Patterns for weaving fronds vary from place to place.

Các khung bằng gỗ được gắn chặt cùng nhau mà không đinh hay vít. Thay vào đó, các người xây dựng
đã sử dụng cái mắc gỗ và cái nêm. Kiểu mẫu cho thảm dệt làm bằng lá lược cọ khác nhau từ nơi này
đến nơi khác.

Деревянные каркасы были закреплены без гвоздей и винтов. Вместо этого строители
использовали колышки и клины. Ткацкие узоры листьев менялись от места на место.

MEKONG HITCHHIKER ♦ **NGƯỜI QUA GIANG TRÊN SÔNG MÊ KÔNG** ♦ **АВТОСТОПОМ ПО МЕКОНГУ**

The Mekong is a source of fish and a major commercial waterway. So there were always many small craft on the river, going up and downstream, bearing passengers, produce and domestic animals.

Sông Mê Kông là một nguồn thủy sản và một dường thủy mại lớn. Vì vậy nó luôn luôn có nhiều tàu thuyền trên sông, đi lên và hạ lưu, mang theo hành khách, sản xuất và chăn nuôi gia súc.

Меконг - источник рыбы и главный коммерческий водный путь. Поэтому всегда было много судов на реке, ходя вверх и вниз по течению и возя пассажиров, фрукты, овощи, и домашних животных.

MEKONG HITCHHIKER ✎ NGƯỜI QUA GIANG TRÊN SÔNG MÊ KÔNG ✎ АВТОСТОПОМ ПО МЕКОНГУ

These boys were jumping into the river from the roof of a passenger launch. One boy is photographed in mid-air between roof and river.

Những chàng trai đã nhảy xuống sông từ nóc nhà của một thuyền chở hành khách. Tôi chụp ảnh một cậu bé trong không trung giữa nóc và sông.

Эти парнишки бросались в реку с крыши пассажирского катера. Один парнишка был сфотографирован в воздухе между крышей и рекой.

MEKONG HITCHHIKER ❧ NGƯỜI QUA GIANG TRÊN SÔNG MÊ KÔNG ❧ АВТОСТОПОМ ПО МЕКОНГУ

The color of the river was like coffee with cream. Majestic palms on the banks provided food and fronds for making mats.

Màu sắc của sông là giống như cà phê với kem. Những cây cọ hùng vĩ mọc trên bờ sông cung cấp trái cây và lá lược cọ để dệt thảm.

Цвет реки был похож на кофе со сливками. Величавые пальмы на берегах давали пищу для людей и листья для циновок.

MEKONG HITCHHIKER ✦ NGƯỜI QUA GIANG TRÊN SÔNG MÊ KÔNG ✦ АВТОСТОПОМ ПО МЕКОНГУ

A Vietnamese Huck Finn enjoys a cigarette on the Mekong, just as his fictitious counterpart would do on the Mississippi River.

Huck Finn Việt thưởng thức một điếu thuốc lá trên sông Mekong, giống như em trai hư cấu anh ta sẽ làm trên sông Mississippi.

Вьетнамский Гек Финн наслаждается сигаретой на Меконге, точно как его фиктивный коллега делал бы на Миссиссипи.

MEKONG HITCHHIKER ✿ NGƯỜI QUA GIANG TRÊN SÔNG MÊ KÔNG ✿ АВТОСТОПОМ ПО МЕКОНГУ

The view ahead. We are approaching Can Tho.

Nhìn về phía trước. Chúng tôi sẽ sớm đến ở CầnThơ.

Вид впереди нас.   Мы приближаемся к Кантхо.

CAN THO ✳ КАНТХО

Instead of supermarkets, there were market places in every town, usually large open buildings where vendors brought their produce and other items early in the morning. Shoppers began arriving soon after that. Can Tho's central market was located on the right bank of the Mekong to facilitate unloading of produce brought in by boat.

Thay vì siêu thị đã có thị trường trong mỗi thành phố thường là lớn, các tòa nhà mở cửa nông dân và nhà buôn mang các sản phẩm và mặt hàng của họ đến sớm vào buổi sáng. Người mua sắm bắt đầu đến không bao lâu ngay sau đó. Chợ lớn của Cần Thơ là nằm bên hữu ngạn sông Mê Kông để tạo điều kiện dỡ rau, trái cây và chăn nuôi mang bằng thuyền.

Вместо супермаркетов были рынки в каждом городе, обычно большие открытые здания, куда продавцы приносили свои товары рано утром. Покупатели начинали прибывать вскоре после этого. Центральный базар в Кантхо находился на правом берегу Меконга, что облегчало разгрузку продовольственных товаров, перевозимых на лодке.

CAN THO ✹ КАНТХО

This family was sorting produce for sale inside the central market. The children were supposed to help, but two of them were distracted by the camera.

Một gia đình đã chuẩn bị trái cây và rau để bán trong thị trường. Trẻ em nên giúp đỡ cũng, nhưng hai em trong số đó đã bị phân tâm bởi máy ảnh.

Эта семья сортировала продукты для продажи на центральном рынке. Дети должны были помогать, но двое из них были отвлечены фотографом.

CAN THO ✳ КАНТХО

This barefoot woman just brought her watermelons across the wide Mekong to the market on the Can Tho embankment.

Người phụ nữ chân trần này mang dưa hấu bằng thuyền qua sông rộng Mê Kông đến kè Cần Thơ.

Эта босая женщина привезла арбузы через широкую реку Меконг на рынок у кантхоской набережной.

CAN THO ✽ КАНТХО

This saleswoman smiled demurely, trying to ignore the camera.

Đàn bà nghiêm trang bán hàng này đã mỉm cười như bà ta giả vờ để bỏ qua máy ảnh.

Эта продавщица скромно улыбалась, стараясь игнорировать фотоаппарат.

CAN THO ✷ КАНТХО

After unloading their cargo at the market, these vessels await the end of the trading day moored to the Can Tho embankment.

Sau khi bốc dỡ hàng hóa tại chợ, các thuyền chờ đợi cho đến cuối ngày làm việc thả neo tại kè ở Cần Thơ.

Разгрузив товары на рынке, эти суда ждут конца торгового дня на причале у кантхоской набережной.

CAN THO ✳ КАНТХО

By late afternoon, the day's trading is done. The square next to the central market
was full of litter. No problem. A crew will arrive soon to clean it all up.

Đến cuối buổi chiều của ngày buôn bán đã được hoàn tất. Quảng trường bên cạnh thị trường
chính là đầy rác rưởi. Không có vấn đề gì. Công nhân sẽ sớm đến để làm vệ sinh nó.

День закончился и торговля тоже закончилась. Площадь рядом с центральным рынком
была завалена мусором. Ничего. Команда скоро пришла и очистила всё.

CAN THO ✷ КАНТХО

There were no mermaids on the Mekong, but every day slender girls in conical straw hats gathered in their pirogues
at the Can Tho embankment and waited for passengers to carry across the wide river to the far bank.

Tôi không bao giờ đã xem nàng tiên cá trên sông Mê Kông, nhưng mỗi ngày cô gái mềm mong mặc mũ nón từ rơm đã tụ tập
trong những thuyền chèo của họ tại kè ở Cần Thơ. Họ chờ đợi hành khách mang theo đến xa bờ vượt qua dòng sông rộng.

На Меконге не было никаких русалок, но каждый день тонкие девушки в конических соломённых шляпах
собирались во своих шлюпках у кантхоской набережной и ждали пассажиров, желаяющих переплывать через
широкую реку на дальный берег

CAN THO ✳ КАНТХО

These ferryboat girls stood barefoot in the stern and leaned into their oars. They were strong and fit, rowing back and forth all day. Passengers simply dropped a few coins into the pirogue as they disembarked.

Các cô gái mảnh mai chân dất đứng ở đuôi và đẩy vào mái chèo của họ. Họ là rất khỏe mạnh mẽ và sung sức, chèo ghe đi tới và lui cả ngày. Hành khách chỉ cần liệng vài đồng cắc vào trong ghe khi họ lên bờ.

Эти лодочницы стояли босиком на корме и наклонялись на свои весла. Они были сильны и здоровы, гребля вперёд и назад весь день. Высаживаясь, пассажиры просто бросали несколько монет в шлюпку.

CAN THO ✳ КАНТХО

The center of gravity must be kept low on light pirogues. That is why passengers must sit while under way.

Trung tâm của trọng lực phải là giữ ở mức thấp trên một chiếc thuyền nhẹ. Hành khách vị phải ngồi xổm thấp trong khi đang đi.

Центр тяжести должен быть низкий на лёгких шлюпках. Поэтому на ходу пассажиры должны сидеть.

CAN THO ✸ КАНТХО

The photographer put down his camera and picked up the oars. Clumsy, but resolute, he managed to move the pirogue forward.

Các nhiếp ảnh gia đặt máy ảnh xuống và nhặt lên mái chèo. Vụng về nhưng cương quyết, ông áy quản lý để đẩy tới thuyền phía trước.

Фотограф отложил фотоаппарат и взял весла. Неловкий, но настойчивый, ему удалось продвинуть шлюпку вперёд.

CAN THO ✳ КАНТХО

A girl on a bicycle passed by five graceful young ladies walking to school. I was there and saw it all happen.

Cô gái trên xe đạp đi ngang qua năm cô gái duyên dáng trẻ đi bộ đến trường. Tôi đã ở đó và thấy nó xảy ra.

Велосипедистка проезжала мимо пяти изящных девушек, идущих в школу. Я присутствовал и всё увидел.

CAN THO ✳ КАНТХО

A sturdy old pedicab driver rested between fares.

Ông già mạnh mẽ này là người lái xe xích lô. Ông áy đang ngồi và nghỉ ngởi trong khi chờ đợi hành khách.

Крепкий, старый водитель велорикши отдыхал пока не было пассажиров.

CAN THO ✳ КАНТХО

An eternal truth: Whenever a pretty girl sees a camera coming, she always smiles.

Một chân lý vĩnh cửu: Mỗi lần cô gái xinh đẹp thấy máy ảnh, cô ấy luôn luôn nụ cười.

Вечная правда: Когда симпатичная девушка видит фотоаппарат, она всегда улыбается.

CAN THO ✶ КАНТХО

A girl opens a coconut with a machete on the right
bank of the Mekong River.

Các cô gái mở ra một quả dừa dụng dao rựa trên
bờ phải của sông Mekong.

Девушка открывает кокосовый орех с помощью
мачете на правом берегу реки Меконг.

CAN THO ✳ КАНТХО

A proud father holds his little son for a photo.   But the
neighborhood kids want to be in the picture, too.

Người cha tự hào giữ đứa con trai nhỏ của mình cho một bức ảnh.
Nhưng những đứa trẻ trong khu phố, cũng muốn được chụp ảnh.

Гордый отец держит своего маленького сына для фотографии.
А дети рядом тоже хотят сфотографироваться.

CAN THO ✷ КАНТХО

Vietnamese children were always laughing, like bright stars twinkling in the dark night of war.

Trẻ em Việt đang liên tục cười. Họ là những ngôi sao sáng, lấp lánh trong đêm tối trời của chiến tranh.

Вьетнамские дети постоянно смеялись. Они были яркими звёздами, мерцающими в тёмной ночи войны.

CAN THO ✳ КАНТХО

This man and his pretty daughter were living in a village on the left bank of the Mekong, just opposite Can Tho.

Người đàn ông này và cô con gái xinh đẹp sống trong ngôi làng bên bờ trái của sông Mê Kông đối diện thành phố Cần Thơ.

Этот мужчина и его симпатичная дочь жили в деревне на левом берегу Меконга, прямо напротив Кантхо.

CAN THO ❀ КАНТХО

Behold the innocent little children, laughing at simple things while a war rages around them. On this day they were laughing because I was taking their picture.

Kìa trong sự vô tội của trẻ em cười về phía sự kiện đơn giản trong khi cuộc chiến tranh khốc liệt đã xảy ra loanh quanh họ. Vào ngày này, họ cười vì tôi chụp ảnh họ.

Узрите невиновность детей, смеющихся над пустячными происшествиями пока война кипит кругом. В этот день они рассмеялись потому, что я их фотогафировал.

KON TUM ✤ КОНТУМ

A young Montagnard mother nurses
her infant in the jungle by the Krong
Po Ko River in the Central Highlands
near Kontum.

Mọt người me trẻ của bộ lạc Thượng
cho con bú em bé của chị ấy trên tỉnh
miền Kon Tum ở cao nguyên trung gần
sông Krong Po Ko.

Молодая монтанярдька нянчит
своего младенца в джунглях у реки
Кронг По Ко в центральногорной
местности около Контума.

KON TUM ✤ КОНТУМ

A young Montagnard paramilitary
soldier stands in his village near
Kontum with his carbine at the ready.

Một người lính Thượng bán quân sự
bảo vệ ngôi làng bản xứ của mình với
súng cacbin sẵn sàng..

Молодой военизированный
монтанярдьский солдат стоит в
своей деревне около Контума
с карабином в боеготовности.

KON TUM ✿ КОНТУМ

Pity the poor water buffalo. After a
lifetime of toil he ends up in the soup.

Thương hại con trâu không may. Con
trâu làm việc rất là vàt vả cả đời nó,và
cuối cùng nó chết và đi vào
để nấu súp.

Пожалейте несчастного *кон чау*.
После каторжной жизни тяжёлой
работы, он попадает в суп.

KONTUM ♦ КОНТУМ

A Montagnard bailed water from his canoe into the Dak Bla River east of Kontum.

Đan ông Thượng này làm trống nước từ thuyền của anh áy vào trong sông Đắk Bla về phía đông từ Kon Tum.

Монтанярдец вычерпывал воду из своего каноэ в реку Дак Бла к востоку от Контума.

KONTUM ❧ КОНТУМ

A funeral procession in Kontum included pedicabs carrying floral arrangements.

Một đám rước tang tại Kon Tum kể cả những xe xích lô chở vòng hoa.

Похоронная процессия в Контуме включала велорикши, везущие венки цветов.

KON RO WANG ♦ КОН РО УАНГ

**This Montagnard village near Kontum had no running water or electricity.
The woman pictured here used a primitive blender.**

**Không có đường ống dẫn nước hay điện tại ngôi làng này ở vùng núi gần
Kon Tum. Người phụ nữ này đang sử dụng máy trộn nguyên thủy.**

**В этом монтанярдьском посёлке около Контума не было ни водопровода ни
электричества. Тут домохозяйка использовала примитивный смеситель.**

KONTUM ♣ КОНТУМ

A family of Montagnards with their baskets were paddling on the Dak Bla River. They are not Vietnamese, but rather they are descendants of primitive tribes displaced into the Central Highlands in ancient times by Vietnamese immigrating from the North.

Một gia đình người Thượng với những cái giỏ đi chèo thuyền trên sông Dàk Bla ở tỉnh Kon Tum. Họ không phải là người Việt. Họ là con cháu của các dân tộc nguyên thủy di dời đến Tây Nguyên bằng đám đông của người Việt di cư từ phía bắc.

Каноэ, несущее корзины и монтанярдьскую семью из одного из горных племён в центральном нагорье, плывёт по реке Дак Бла. Они не вьетнамцы, а потомки примитивных людей, перемещённых в центральное нагорье волнами вьетнамцев, иммигрировавших с севера.

KONTUM ⚘ КОНТУМ

Two Montagnards traveled on the Dak Bla River in their dugout canoe.

Hai người Thượng đi du lịch trên sông Dak Bla bằng thuyên độc mộc.

Два монтанярдьца плавали на реке Дак Бла в каноэ, вырезанном из бревна.

KONTUM ○ КОНТУМ

Laundry day in the Central Highlands. Montagnard women from the village of Polei Kleng were washing clothes in the muddy waters of the Krong Po Ko River. This river was also a source of drinking water.

Ngày giặt tại các Tây Nguyên Trung tâm. Phụ nữ giặt quần áo trong nước bùn của song Krong Po Ko gần làng Polei Kleng. Người Thượng cũng uống nước từ sông này.

Прачечный день в центральных горах. Монтанярдьки из села Полей Кленг стирали в мутных водах реки Кронг По Ко. Река также являлась источником питьевой воды.

KRONG PO KO RIVER ✳ SÔNG KRONG PO KO ✳ РЕКА КРОНГ ПО КО

Montagnards in the central highlands have been living on the Indochinese Peninsula for thousands of years. They are divided into several tribes speaking several different languages. They have lived apart from the dominant society, but have shown themselves ready to use modern technology to improve their lives.

Những bộ lạc người Thượng ở Tây Nguyên trung đã sống tại bán đảo Đông Dương hàng ngàn năm. Họ chia thành nhiều bộ lạc, nói nhiều thứ tiếng khác nhau. Họ sống ngoài xã hội chủ đạo, nhưng họ chứng minh chính bản thân sẵn sàng dụng kỹ thuật công nghệ hiện đại để cải thiện cuộc sống của họ.

Монтанярдьцы в центральных горах живут на индокитайском полуострове уже тысячи лет. Они разделены на несколько племён, говорящих на разных языках. Они живут отдельно от господствующего общества, но они готовы использовать современную технологию, чтобы улучшить свою жизнь.

NHA TRANG ⚓ НЯЧАНГ

Miss Loan and a friend admire a beautiful conch shell taken from the South China Sea.

Cô Loan và một người bạn chiêm ngưỡng một đẹp vỏ ốc xà cừ lấy từ biển Nam Trung Quốc.

Г-жа Лоан и её друг восхищаются красивой раковиной, взятой из Южно-Китайского моря.

NHA TRANG ⚓ НЯЧАНГ

She sells sea shells by the sea shore.

Bà ấy bán vỏ sò tại bờ biển.

Она продаёт ракушки на берегу моря.

NHA TRANG ⚓ НЯЧАНГ

Vietnamese fishermen in the South China Sea.

Ngư dân Việt trền biển Nam Trung Quốc.

Вьетнамские рыбаки на Южно-Ккитайском море.

SAIGON ★ САЙГОН

Stately tamarind trees line a street in Saigon. They drop edible seed pods. And when a pod falls into an open jeep, it startles the driver and passengers. Could it be a grenade from Victor Charlie?

Những cây me hùng vĩ lớn lên dọc theo đường phố Sài Gòn. Họ rụng vỏ quả hạt giống ăn được. Khi các vỏ quả rơi vào xe jeep mở đi ngang qua bên dưới , nó sợ hãi người lái xe và hành khách. Có lẽ nó là một quả lựu đạn từ Victor Charlie?

Величественные тамаринды растут вдоль сайгонской улицы. Они сбрасывают пищевые стручки. Когда стручок падает в открытый джип, это пугает водителя и пассажиров. Возможно, это граната от Виктора Чарли?

SAI GON ★ САЙГОН

In 1965 the South Vietnamese government exhibited a *caché* of captured Viet Cong weapons in a Saigon park.

Năm 1965 chính phủ miền Nam Việt Nam trưng bày trong một công viên ở Sài Gòn loại vũ khí bị bắt từ chỗ cất giữ của Việt Cộng .

В 1965-ом году, южновьет-намское правительство выставляло на показ тайный склад вьетконгского оружия в одном из парков Сайгона.

SAI GON ★ САЙГОН

The Mossin Nagant carbines were assembled in China. The bolt-action Mausers were from East Germany

Súng Mossin-Nagant là lắp ráp tại Trung Quốc. Súng trường Mauser bán tự động là một sản phẩm từ Đông Đức.

Карабины Моссин Нагана были собраны в Китае. Маузеры с ручным затвором были производством Восточной Германии

SAI GON ★ САЙГОН

The bi-pod mounted machine guns are Czech. The Simonov rifles were produced in the USSR.

Cộng Hòa Séc là nhà sản xuất các súng máy trên kiềng hai chân. Súng trường Simonov là chế tạo ở Liên Xô.

Пулемёты на сошках производили чехи. Винтовки Симонова посылали из СССР.

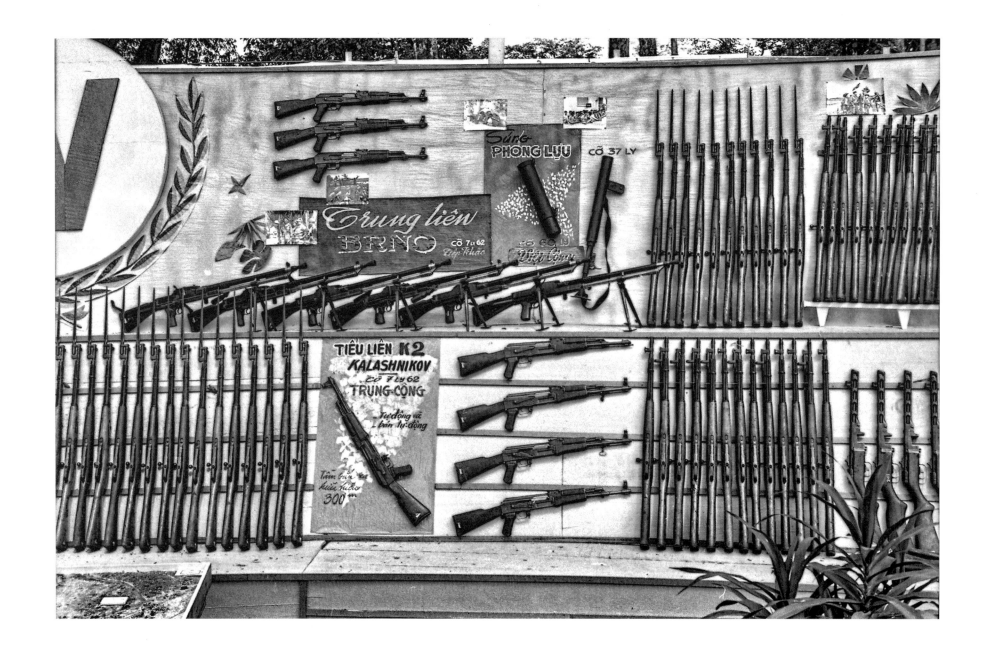

SAI GON ★ САЙГОН

The Kalashnikov assault rifles were listed as submachine guns from Red China.

Súng trường tấn công Kalashnikov đã được lên danh sách như súng tiểu liên từ Trung Quốc Cộng sản.

Автоматы Калашникова были перечислены как лёгкие пулемёты из красного Китая.

SAI GON ★ САЙГОН

The presence of weapons from Red China and the Warsaw Pact seemed to justify American intervention in South Vietnam.

Sự hiện diện vũ khí từ Trung Quốc Cộng và các quốc gia của khối Hiệp ước Warsaw ở Đông Dương dường như để biện minh sự can thiệp Mỹ tại miền nam Việt Nam.

Присутствие оружия из красного Китая и стран Варшавского договора, казалось, оправдывало американское вмешательство в Южном Вьетнаме.

SAIGON ★ САЙГОН

But we learned later that Ho Chi Minh had asked for American assistance to end French colonial rule in Indo-China. The Vietnamese just wanted their independence. They were not fighting for Communism. American intervention was unnecessary.

Nhưng sau đó chúng tôi đã biết được rằng Hồ Chí Minh đã yêu cầu Hoa Kỳ giúp đỡ để kết thúc cai tri thuộc địa Pháp ở Đông Dương. Người Việt chỉ muốn được độc lập. Họ đã không phải chiến cho chủ nghĩa cộng sản. Sự can thiệp của Hoa Kỳ là không cần thiết.

Но позже мы узнали, что Хо Ши Мин попросил американскую помощь, чтобы закончить французское колониальное правление в Индо-Китае. Вьетнамцы только хотели независимость. Они не боролись за коммунизм. Американское вмеша-тельство не было необходимо.

NHA TRANG ⚓ НЯЧАНГ

A diverse armada of passenger launches, cargo vessels and fishing boats indicates that NhaTrang was a busy port.

Một hạm đội gồm nhiều thể loại khác nhau kể cả phà chở khách, tàu chở hàng và tàu đánh cá, chứng mình mà Nha Trang là một cảng bận rộn.

Разнообразная армада, включая пассажирских катеров, грузовых судов и рыбацких лодок, свидетельствует о том, что Нячанг был оживлённым портом.

Epilogue

About 15 years ago I read that Ho Chi Minh had approached our American President Harry Truman and asked American assistance in persuading the French to leave Indo-China peacefully. Truman did not help him. This bit of information put the Vietnam War in a new perspective. The Vietnamese people simply wanted to become masters in their own country, a legitimate aspiration.

When the United States refused to help Ho Chi Minh, he began accepting arms from the Soviet Union and Red China, and commenced to drive the French out of Indo-China with fire and sword. America erroneously saw Ho Chi Minh as a Communist because the Soviet Union and Red China were giving him weapons. But Ho Chi Minh was first and foremost a patriot. He was fighting for independence for the Vietnamese homeland. When the United States went to war in Vietnam, they delayed the realization of the Vietnamese people's legitimate aspiration for self-determination. This was a colossal, tragic miscalculation on our part.

In pursuit of a vain cause, we spilled rivers of blood, destroyed a countless number of lives and caused untold suffering. But we have never apologized to the Vietnamese people, never asked their forgiveness. Although a majority of Americans now agree that the Vietnam War was unnecessary, we have never formally acknowledged that our government bears the responsibility for a profound miscalculation and an egregious misuse of military force. We sent thousands of our young warriors to Vietnam, where they needlessly killed a great multitude of people who never threatened us, and where many of them perished far from home. If we will not own our monstrous mistake in SE Asia, then we are doomed to commit similar mistakes in other places on this planet.

The vast majority of Americans still do not realize how much harm we did in Vietnam. Justice demands that we take responsibility for our mistakes, that we be reconciled with the Vietnamese people, and that we compensate them somehow for what they suffered because of us.

Beyond that, the United States must refrain from making war without first making a complete and objective assessment of the situation, both historical and political, in the disputed area. We must never again send our youth to fight and kill and die in an unnecessary war.

Lời Bạt

Khoảng 15 năm trước, tôi đọc mà Hồ Chí Minh viết cho Tổng thống Mỹ Harry Truman và yêu cầu giúp đỡ của Mỹ để thuyết phục người Pháp rút từ Đông Dương một cách hòa bình. Truman từ chối giúp đỡ anh ta. Những thông tin này cho một cách viễn cành mới về chiến tranh Việt Nam. Người Việt muốn chỉ có chư quyền trong quốc gia riêng của họ một lần nữa . Đây là một nguyện vọng chính đáng.

Sau khi Mỹ từ chối giúp đỡ Hồ Chí Minh, ông chấp nhận vũ khí từ Liên Xô và Trung Quốc, và bắt đầu đuổi người Pháp ra khỏi Đông Dương bằng lửa và kiếm. Hoa Kỳ đã thấy Hồ Chí Minh như người cộng sản bởi vì Liên Xô và Trung Quốc đã cho anh ta vũ khí. Nó đã là sai lầm trong việc nhận định. Hồ Chí Minh là, đầu tiên và trước nhất, một nhà ái quốc. Ông đã chiến đấu để nền độc lập của dân tộc Việt quê hương. Khi Mỹ tiến hành chiến tranh ở Việt Nam, nó bị trì hoãn việc thực hiện các nguyện vọng chính đáng của nhân dân Việt Nam, quyền để tự quyết, mà đã sự sai lầm rất lớn và bi thảm.

Đuổi bắt chính sách sai lầm, chúng tôi đổ sông máu, phá hủy vô số kiếp và gây ra đau khổ không kể xiết. Nhưng chúng tôi không bao giờ xin lỗi để người Việt, không bao giờ hỏi xin tha thứ của họ. Trong khi đa số người Mỹ hiện nay tin rằng chiến tranh Việt Nam đã không cần thiết, chúng tôi chưa bao giờ chính thức thừa nhận rằng chính phủ của chúng tôi là chịu trách nhiệm nỗi đau va phá hoại mà chiến tranh bất công gây ra cho người Việt. Chúng tôi đã gửi hàng ngàn người trẻ của chúng tôi để Việt Nam, nơi mà họ giết không cần thiết triệu những người không bao giờ bị đe dọa chúng tôi, và nơi mà họ tự đã chết xa nhà. Chúng tôi phải công khai phải thừa nhận sai lầm của chúng tôi để thực hiện đền bù cho những người chúng ta đã làm điều sai trái, và nhất là đặc biệt để bảo đảm rằng lỗi của cường độ này không bao giờ tái diễn. Nếu chúng ta không chịu thừa nhận lỗi lớn của chúng tôi ở Đông Nam Á, sau đó chúng tôi là cam chịu để phạm sai lầm giống ở những nơi khác trên trái đất này.

Đại đa số người Mỹ vẫn không biết bao nhiêu thiệt hại, chúng tôi đã gây ra cho nhân dân Việt Nam. Nhu cầu công lý mà chúng tôi thừa nhận sai lầm của chúng tôi, mà chúng ta được hòa giải với người Việt, và mà để chúng tôi bằng cách nào đó bù đắp họ cho những gì họ đã phải chịu đựng bởi vì chúng tôi.

Hoa Kỳ cần phải không bao giờ tiến hành chiến tranh nữa mà không có một và khách quan đánh giá đầy đủ về hoàn cảnh cả hai lịch sử và chính trị trong khu vực tranh chấp. Chúng tôi cần không bao giờ nữa gửi tuổi trẻ của chúng ta để trận chiến, giết và chết trong cuộc chiến tranh vô ích.

Эпилог

Приблизительно 15 лет назад я прочитал, что Хо Ши Мин обратился к американскому президенту Гарри Труману и попросил американскому помощь, чтобы убедить французов мирно уйти из Индокитая. Труман не помогал ему. Эта информация открывает новую перспективу на вьетнамскую войну. Вьетнамский народ просто хотел стать хозяином своей собственной страны. Это является законным стремлением.

Когда Соединённые Штаты отказались предоставить помощь Хо Ши Мину, он стал принимать оружие из Советского Союза и красного Китая, и начал выгонять французов из Индокитая огнём и мечом. Америка ошибочно смотрела на Хо Ши Мина как на коммуниста потому, что Советский Союз и красный Китай предоставляли ему оружие. Но Хо Ши Мин был, прежде всего, патриотом. Он боролся за независимость вьетнамской родины. Когда Соединённые Штаты воевали во Вьетнаме, они препятствовали осуществлению закономерного стремления вьетнамского народа к самоуправлению. Это было колоссальный, трагический просчёт с нашей стороны.

Проводя неправильную политику, мы пролили реки крови, уничтожили бесчисленное количество жизней, и причинили неисчислимые страдания. Но мы никогда не извинялись перед вьетнамцами, никогда не попросили у них прощения. Хотя большинство американцев теперь считают, что война во Вьетнаме была не нужна, мы никогда официально не признавали, что наше правительство несёт ответственность за глубокую ошибку и за вопиющее злоупотребление военной мощи. Мы отправляли тысячи наших молодых воинов в Вьетнам, где они без надобности убивали множество невинных людей, не угрожающих нам, и где многие наши воины сами погибали далеко от родины. Если мы не признаём нашу ужасную ошибку в Юго-Восточной Азии, то мы обречены совершать подобных ошибок в других местах на этой планете.

Подавляющее большинство американцев до сих пор не понимает степень вреди, причинённого нами во Вьетнаме. Справедливость требует, чтобы мы открыто признали ответственность за свои ошибки, чтобы мы примирились с вьетнамским народом, и чтобы мы каким-то образом компенсировали их за то, что они пострадали из-за нас.

Кроме этого, Соединённые Штаты должны больше не вести войну без осуществления полной и объективной оценки ситуации исторической и политической в спорном районе. Мы никогда не должны отправить нашу молодежь воевать и убивать и умирать в ненужной войне.